phan hạ du / 1

PHAN HẠ DU

THƯƠNG NHỚ NGƯỜI DƯNG

thơ

2020

văn học mới

TỰA

Tính dễ thương, dễ nhớ
vì sự dễ cảm của thơ Phan Hạ Du

Đã hai lần tôi viết về thơ Phan Hạ Du, và lần này nữa...

Tôi có thể nói khái quát hay giản lược theo cách cảm nhận của một người thường đọc thơ Phan Hạ Du, để quí bạn đọc dễ nhận ra nhà thơ nữ này: *Một phong cách nhẹ nhàng với vốn ngôn ngữ mang nhiều tính biểu cảm trong diễn đạt tình và ý...* (Nên hiểu "phong cách" chỉ là một khái niệm của chút riêng tư thôi.!!) (Chứ không phải phong cách vượt trội sự khai phóng sáng tạo của một tác giả lớn nào.), thì *thơ Phan Hạ Du cũng có tố chất riêng của một người làm thơ, chuộng sự giản dị, nhưng không sáo mòn, vẫn chuyển tải được nhiều cảm xúc.* Những cảm xúc thi ca chừng như là vòi nước mỗi ngày tưới vào vườn hoa yêu thương của thi nhân, trong suốt bốn mùa vẫn chỉ như là mùa hạn hán trong cuộc nhân sinh.!!

Ngôn ngữ thơ của Phan Hạ Du đã làm cho đời sống nhà thơ vịn vào và đứng lên nhìn ánh ban mai hạnh phúc sưởi ấm trái tim người cực nỗi cô đơn.!!

Tôi không mấy ngạc nhiên về những thế hệ sinh sau 1975, vẫn hòa nhập với âm hưởng của nguồn thi ca thuộc lớp cha anh trước năm 1975. *Chắc hẳn một khi nói về sự ảnh hưởng, thì hầu như không phân biệt tầng lớp thế hệ trước sau, bởi vẫn chưa có một phong trào tư duy khai phóng mới mẻ nào, đủ sức mạnh thay thế quá khứ.* Một quá khứ vàng son như phong trào lãng mạn, thơ mới (1932-1945) hay phong trào tiểu thuyết hư cấu (Fiction), Tự Lực Văn Đoàn. (Nói chưa có phong trào khai phóng mới mẻ nào đủ sức mạnh thay thế quá khứ, thì thật không ngoa, bới hơn nửa thế kỷ qua, ngoài sự hô hào đổi mới thi ca cũng chỉ quẩn quanh cách tân từ thơ truyền thống, nhất là sự ồn ào về sự cách tân thơ lục bát. Đồng ý là sự cách tân thơ lục bát trong nửa thế kỷ qua đã là một thành tựu đáng ghi nhận, nhưng nhìn chung thì không có khuôn mặt riêng nổi bật của tác giả nào, mà chỉ như tương tợ nhau…(Nếu có nbật tác giả nào thì cũng chỉ là "áo thụng vái nhau")

Chúng ta không quên nói đến phong trào thật mới mẻ so với lịch sử thi ca chưa từng có, đó là phong trào thơ Tân Hình Thức do nhà thơ Khế Iêm khởi xướng từ năm 2000 của thế kỷ trước và phát triển cho đến nay. Vì là sự phát triển còn nằm đưới mức tương đối của sự phổ cập, nên tôi nói là chưa có phong trào nào thay thế thơ truyền thống là như vậy. Bởi sự thậm thấu và yêu thích thơ THT vẫn chưa là nhịp đập trái tim của tuyệt đại đa số trong giới sáng tác với các tầng lớp, với các thế hệ thi ca… (Dù thơ THT đã hoàn chỉnh bộ lý thuyết thật đồ sộ)

Để kết luận cho bài viết này về nhà thơ nữ mang tên Phan Hạ Du: Nét dễ thương và dễ cảm, nhất là với ngôn ngữ thơ bình thường, nhưng cũng là một phong cách nhẹ nhàng như cánh hoa mềm mại đang từ từ bung cánh ra dưới ánh ban mai, quyện với tia nắng như tô lên sắc hoa thêm thắm, như điểm lên đôi má cô gái xuân thì. Đặc biệt là đọc thơ Phan Hạ Du, là nhớ đến tính dễ thương, dễ nhớ vì sự dễ cảm của thơ Phan Hạ Du

Ngã Phương Huyền
Feb 29/2020. 7:08 AM

THƯƠNG NHỚ
NGƯỜI DƯNG

Thổn thức từng ngày nỗi nhớ mong
Đêm cùng trăng thức khát khao trông
Hoa hồng chớm nụ chưa kịp nở
Xa cách nhau rồi có nhớ không

Nghe trái tim mình những lo âu
Ngóng phía anh đi nắng úa màu
Hỏi ? Chút tình riêng ai có ... biết
Người dưng tôi nhớ bởi vì đâu ?

Tôi về thao thức mấy đêm trăng
Bâng khuâng dưới bóng chị Hằng mong
Tím ngắt góc trời hoa phượng tím
Trắng cả trưa hè vẫn trống không

Tôi đã mơ màng trong giấc trưa
Thấy bóng người dưng đợi dưới mưa
Riêng tôi một nỗi sầu nhung nhớ
Một khúc tình chung mãi đợi chờ

TỰ TÌNH

Du hỡi là Du , Du hỡi Du
Đường xa con phố dốc sương mù
Đi giữa phù du , đêm Đà Lạt
Phố vắng bây giờ tên Lãng Du

Thôi anh gọi tên em là ĐaLat
Mấy đợi chờ đâu đến lượt anh
Đồi mơ mộng thông vàng heo hút gió
Thác Cam Ly đi tới nẻo hững hờ !

Anh chỉ làm thơ với lá mùa thu chết
Chết cả hồn nhiên như nhớ em
Mà lạ nhỉ mới gặp sao đã nhớ
Hay tại vì ... Chưa biết tại vì sao

Và cứ thế thơ như dòng nước chảy
Mấy hôm rày trời có hết mưa đâu
Hay tại em mà ông trời hay khóc
Suối tương tư ai ngăn được bao giờ

Nếu mai này anh không trả được thơ
Quỳ bên em rồi lặng thinh không nói
Ý đẹp lời hay có làm em bối rối
Đêm bâng quơ lấy thương nhớ gối đầu

Trời hôm ấy mưa lâu
em qua thời vụng dại
Bóng thời gian sương gió gọi mùa
Em lãng đãng khúc ca từ lai vãng

Anh trở về khi cơn gió ngủ trưa
Một chút lặng im như mây trời Đà Lạt
Hoa ven rừng đâu đó nhớ em không
Nỗi nhớ em anh gởi về bên ấy
Buồn hay vui thơ gởi gió mây ngàn

ĐOẠN KẾT BUỒN

Đoạn kết đôi khi chẳng bao giờ giống nhau
Như hoàng hôn về trên từng con phố
Có con phố đông vui mà xa lạ
Có con phố hiền từ như giấc ngủ em !

Có những ngày dài như chẳng có đêm
Có những cuộc hẹn hò không bao giờ tới
Vì hình như núi cao mà chân người thì mỏi
Ước mơ cũng chỉ là mơ ước xa xôi

Có những bầu trời chỉ để ngắm sao rơi
Bởi vì đêm qua đêm nay hay đêm nào cũng thế
Sao cứ rơi giữa tình đời lặng lẽ
Ngắm sao rơi một mình vì thiếu vắng anh !

Thôi thì thôi mây bay về phía cuối trời
Cơn gió đi qua nỗi niềm riêng ở lại
Thôi thì thôi chân trời xa mãi
Có nói chi rồi đến cuối cũng xa thôi !

LÁ THU

Em là bài thơ chưa viết
Viết hoài cũng chả thành câu
Âu sầu em nào có biết
Chia anh đi chiếc răng khểnh nhiệm mầu

Lời yêu nào giữ mãi dài lâu
Ngọt bùi cho nhau chút ít
Buồn vui chưa từ biệt
Ghét chi nhiều cho nỗi nhớ ở trong nhau

Trời hôm ấy mưa ngâu
Qua sầu anh nhặt lá
Lá mùa thu thơm mùi cỏ lạ
Như là ta chưa quen biết nhau

NỤ HÔN GỞI GIÓ

Ta gói trọn nụ hôn này gởi gió
Đóng gói, niêm phong ghi địa chỉ rõ ràng
Hàng dễ vỡ gió ơi đừng mở
Chút hương nồng theo gió dễ bay đi

Nồng hơi ấm ta trao em rồi đó
Rộng lòng và nhận nụ hôn môi
Chiếc răng khểnh và bờ môi em ngọt
Ước một lần ta ôm trọn tình thương
Ôi nụ hôn thầm gởi gió vấn vương ...

GIẤC THU

Chia tay trong im lặng
Không nói được thành lời
Nối lại niềm thương nhớ
Bâng khuâng chiều thu trôi

Anh ơi anh có biết
Đêm nằm nghe lá rơi
Giấc thu ngày giả biệt
Thao thức , em rối bời

Ngẩn ngơ cùng dốc nhỏ
Vàng thêm mùa lá phơi
Đắm trong em nỗi nhớ
Chỉ tìm về anh thôi

Đã bao ngày xa cách
Mây cao nguyên ngừng trôi
Tràn trong nhau nỗi nhớ
Đem giấc thu bồi hồi

HÔN THẦM

Một chiều loanh quanh phố
Thấy mộng mơ trên đồi
Dốc cây thông đứng đợi
Em đi về đơn côi

Em mơ đời họa sĩ
Vẽ trần gian bên trời
Mắt không nhoè lệ ướt
Hình như là mưa rơi

Nỗi niềm bên hoa hồng
Ngày ngày em vẫn vẽ
Bút chì và thước kẻ
Chưa bao giờ buông lơi

Nụ hôn nào rớt xuống
Cho bờ môi em cười
Ôm tình yêu qua ngõ
Anh đâu rồi anh ơi

Anh đâu rồi anh ơi
Muôn trùng xa vời vợi
Anh đi mà ko tới
Tình yêu ôi tình tôi

Con tim nào nhức mỏi
 Hết than đứng lại ngồi
Hôn thầm theo cơn gió
Gọi anh về giùm tôi

NHƯ ĐÃ DẤU YÊU

Hạ du ơi trời cuối hè ly biệt
Buồn như thu và giá rét như đông
Xuân chẳng đến trong môi thầm em ngọt
Anh lang thang trên cánh vạc muôn chiều !

Dẫu biết rằng nếu có nụ hôn liều
Em chẳng đón nên không hề có
Và như thế trần gian còn mắc cỡ
Nụ hôn dại khờ anh chẳng phải ngoan

Anh bây giờ gởi tấm áo đa đoan
Cành lãng tử thêu trên nền xuân chín
Chiều hoang hoải bóng em dài nỗi nhớ
Ngủ nhành mơ khuya khoắt những ngọt bùi

Em bây giờ biết đi tới đi lui
Anh khúc khuỷu trong hành trình thương nhớ
Bờ môi rộng mà lòng em bé nhỏ
Ghét nụ hôn liều nên anh chẳng dám yêu !

Em hững hờ nên cơn gió liêu xiêu
Tình mắc kẹt giữa lưng chừng heo hút nhớ
Đà Lạt mịn màng trên từng ngọn cỏ
Dấu chân chim lặng lẽ tiếng mơ hồ

 Em bây giờ vừa vẽ vừa làm thơ
Anh lang thang trên từng ngõ đợi chờ
Và con chữ đôi khi buồn cũng khóc
Hoá thành thơ ngủ ở quán dại khờ

GHEN

Anh chưa hề biết ghen
 Vì môi em thơm ngọt
Mỗi lần hôn là một
Em để dành hương hoa !

Anh chưa hề biết ghen
 Đừng gần ai em nhé
Vì hình như như thế
Anh thấy mình không vui

Anh chưa hề biết ghen
Hôn em hoài là thế
Vì không hôn có thể
Anh chàng nào mơ hoa !

Anh chưa hề biết ghen
Đà Lạt chừ lạnh lắm
Giữa đồi thông hoang vắng
Anh ghét trời mù sương

Anh chưa hề biết ghen
Sao lòng nghe bão tố
Giữa đám đông xa lạ
Em nói cười hồn nhiên

Anh ghét mấy năm liền
Nửa vòng cầu cách biệt
Vượt biển về tha thiết
Xin em lời cầu hôn

Vượt biển về tha thiết
Xin em lời cầu hôn !

NHỚ MỘT MÙA THU

Tháng tám lại nhớ thu Đà lạt
Ươm vàng sắc nắng gió miên man
 Bóng em lối rẽ về nhạt nắng
Dốc nhỏ đường xưa, xoá thời gian

Vừa với vào thu phố núi say
Mê giữa màn sương giăng gió lay
Rừng thông mơ mộng còn ngái ngủ
Đã nghe chim hót rộn tháng ngày

Anh ơi có nhớ cao nguyên phố
Lời tình hôm ấy ngập ngừng trao
Em ngại ngày qua vừa kịp bén
Nặng lòng tạm biệt lúc xa nhau

Vừa mới hôm nào ngỡ đã lâu
 Để nhau thương nhớ mấy mùa ngâu
Ai ướp tình ta trong gió rét
Để núi gió, sương bạc ướt đầu

Phụ bản 1

DƯỚI MƯA

Thao thức tìm sao đêm
Trong mưa ngâu rả rích
Anh có thấu tình em
Đi trong miền cổ tích

Những cơn mưa cao nguyên
Mơ màng trên phố núi
Anh có dõi theo em
Cơn mưa chờ anh tới

Bao hôm rồi thiếu nắng
Núi rừng như ngủ quên
Hàng cây buồn ngơ ngác
Còn nhớ về nơi em

Mỗi trang đời viết dở
Cùng bao nỗi đợi chờ
Đất trời như bật khóc
Tự trách mình vu vơ

Em đứng tìm trong mưa
Chim rừng còn ngái ngủ
Anh ơi về hay chưa
Nỗi nhớ tràn trên lá

NHỚ ANH ĐÊM MƯA

Gởi vào chiều nhung nhớ
Lạc bước bao ngày mưa
Giăng giăng mờ phố núi
Nỗi nhớ riêng em chờ

Anh ơi mình mắc nợ
Đêm khắc khoải về đâu
Tại tình duyên trắc trở
Còn xa thăm thẳm sâu

Giữa miên man là gió
Trong tiếng mưa rì rào
Nơi xa anh có biết ...
Em mơ trời đầy sao
Đêm vô tình bỏ ngõ
Giăng nỗi buồn về nhau ...

MÙA LÁ

Chênh chao mùa lá rụng
Thu nỗi nhớ dâng đầy
Em buông chiều im lặng
Giải nỗi buồn chưa khuây

Sóng yêu thương trở lại
Ngày học bước đường vui
Nắng ấm nuôi chồi nhỏ

Còn thiết tha bồi hồi
Mùa lưu hương quyến rũ
Bạn xưa tình thơ ngây
Lời yêu thương gió thoảng

Đắm hồn nhau ai hay
Qua tháng năm đã khác
Bàng bạc như màu mây
Núi vặn mình than thở
Hoàng hôn buồn ai hay
Anh ơi mùa lá rụng
Nhớ vàng thu dâng đẫy

THU VỀ RỒI ĐÓ ANH

Lá vàng như ai đổ
 Phố núi mưa trắng trời
Tìm nhau trong hơi thở
Khiến hồn nhau rối bời

Thu về anh có hay
 Chớm heo may mùa lạnh
Tìm nhau giấc mơ say
Như thấy anh bên cạnh

Thèm chút nắng hanh hao
Nhuộm vàng trên ngàn lá
Nỗi nhớ anh cồn cào
Đưa thu về muôn ngả

Nhớ mùa này năm trước
Bên anh khắp nẻo đường
Bỏ bao lần ao ước
 Ngày xa thêm nhớ thương
Nhìn thu về muôn ngả
Ngỡ lá vàng lên hương

số 15

ANH VỀ CÓ KỊP MÙA ĐÔNG

Anh ơi trời trở gió
Báo ngày đông sắp sang
Thu phai tàn lá úa
Nhớ anh lòng ngổn ngang

Gió thổi vào nỗi nhớ
Là những ngày xa anh
Áo gởi anh ngày ấy

Em e còn mong manh
Chỉ lo ngày trở lạnh
 Đủ cho anh ấm không
Và những ngày giá rét

Không có em theo cùng
Anh ơi ... Bao ngày đợi
Cùng bao nỗi nhớ thương
Áo em đan rồi đó
Chờ anh về mặc đông

CHO MỘT NGƯỜI

Đêm khuya thánh thót mưa nguồn
Chiều nay thức dậy từng cơn bão lòng
Cồn cào nỗi nhớ ... Biết không
Trong em gió nổi bão giông rối bời

Trách ai mê hoặc nụ cười
Thôi miên ánh mắt cho người ta yêu
Anh xa Đà Lạt giữa chiều
Để em ước lẹm bao điều tâm giao
Mình thao thức với trời sao
Đêm ôm nỗi nhớ anh vào biết không ...

NẾU NHƯ ĐÀ LẠT

Nếu như mây thôi bay
Đồi thông không còn gió
Đời hết nỗi đắng cay
Quên ngày không còn nhớ

Cuộc đời hết nợ vay
Tình yêu không còn nữa
Nỗi đợi chờ sẽ phai
Nước mắt dài nhung nhớ

Nếu mùa thu gõ cửa
Không một chút xao lòng
Chẳng biết tìm xưa cũ
Lặng lẽ mình trống không

Đà Lạt thôi mưa gió
Chắc em sẽ buồn xo
Sương không còn khắp ngả
Đâu cần chi bóng cò...

Không hoa và phượng tím
Đà Lạt hết mộng mơ
Mai anh đào không nở
Biết làm gì cùng thơ

Hồ hết xanh như ngọc
Rừng không còn hoang sơ
Đà Lạt lay nỗi nhớ
Ru hồn say đến giờ

MÙA ĐÔNG VỀ PHỐ NÚI

Chờ anh hết tháng mười
Mùa đông về thật vội
Ngày nắng như ngủ vùi
Hay là đông mắc lỗi

Tin anh sắp trở về
Ngày đông tràn phố núi
Nghe những lời tỉ tê
Quên bao ngày buồn tủi

Con dốc xưa chờ nhau
Chạy dài trong ký ức
Dã quỳ mùa trổ bông
Em đợi chờ ấm ức

Mỗi lần ngang qua ngõ
Anh về có phải không
Những chiều đông ngóng đợi
Sương giăng mờ lối quen

Bao nhiêu sao cô đơn
Tìm thấy mình nỗi nhớ
Em nhặt nhạnh niềm vui
Từng bức tranh vẽ dở

Em tìm bấy nhiêu thôi
Những ngày vui con gái
Nỗi nhớ viết về anh
Đông về thôi tê tái ...

Số 19

MÙA HOA ANH ĐÀO

Biết anh mang nỗi nhớ
Phố núi nắng vừa nhen
Tươi qua từng góc phố
Sắc hồng cũng bừng lên

Xuân về một mình em
Lại chờ thu xa quá
Mai anh đào mùa sau
Sợ quên rồi xa lạ

Anh cứ hiền như lá
Em ngẩn ngơ cuối vườn
Tìm nhau trong giấc mộng
Thương sắc hoa chiều vương

Mai về cùng Đà Lạt
Mai anh đào còn đây
Được bên nhau dạo phố
Từng cánh hồng bừng say

BÊN ANH ĐATANLA

Thác ca như tiếng lòng thủ thỉ
Gần nhau chưa giận đã xa rồi
Xuân cựa nghe chồi non tách võ
Mưa thầm thì trong tiếng lá rơi

DA TAN LA đang buồn hay vui ?
Nghe trượt dốc ào ào tiếng gió
Bên nhau em không còn biết sợ
Có anh rồi là thấy bình an

Chưa thu lá đã trãi miên man
Nhớ nhau buồn hắt hiu lên phố
Em về ... Ngóng hoài bên cửa sổ
Thác giữa rừng vọng nỗi xa xôi
DA TAN lA chờ anh ơi...

HỒ THAN THỞ

Ai ? thức cùng xuân mưa tí tách
Chồi non cây lá đã đơm đài
Rạo rực nghe xuân Hồ Than Thở
Bồi hồi , bỡ ngỡ tiếng sương mai

Đang giăng giăng kín hồ huyền thoại
Bao che dấu vết của thời gian
Giấu hồn bảng lảng trong sương khói
Than thở tìm về nỗi trái ngang
Mỗi ngày xuân thắp hoa trên mộ
Nối lại duyên ai ! trót lỡ làng ...

THUNG LŨNG TÌNH YÊU

Hương hồng lan lãng đãng
Tràn thung lũng tình yêu
Bên nhau tìm hoài cổ
Tay em vun nắng chiều

Nghe thì thầm anh kể
Cổ tích dài, đêm mê
Những chuyện tình đôi lứa
Dưới thung quên lối về

Đưa em qua thung lũng
Gió ru trong giấc ngày
Thời gian chờ đăng đẳng
Rót tình vào nhau say

Anh đã quên hay nhớ
 Mộng mị chớm sương mai
Sớm nay em vừa thức
Thấy nhớ , thương anh hoài

Đi tìm về nguồn cội
Dấu vết yêu từ đâu
Nay theo cùng bến cũ
Thung lũng tình còn nhau ...

 Đi qua ngàn năm nữa
Dẫu vật đổi sao rời
Em mang theo nỗi nhớ
Có một mình anh thôi

HỒN QUÊ TÔI

Về từ gió núi , đồng xanh
Hồn hoa cây cỏ mà thành làng quê ...
Con diều no gió trên đê
 Hương chanh , hương bưởi giữa quê nồng nàn

 Đêm côn trùng lạnh vườn hoang
Cuốc kêu gọi bạn , tiếng đàn ai rung
Dấu chân mẹ lội khắp đồng
Trĩu bông lúa chín vàng cong nắng chiều

Lạc rừng nghe tiếng chim kêu
Hao gầy dáng mẹ liêu xiêu lưng còng
Xa quê là nhớ là mong
Từng con dốc nhỏ bến sông hẹn hò

Quê gìn giữ cả tuổi thơ
Con ong con kiến giấc mơ ngọt ngào
Đêm trăng tiếng mẹ ngày nào
Lời ru từng khúc ca dao vọng về

Đi tìm bóng của làng quê
Đã phải cả ánh trăng khuya đầu cành
 Quê nay đã hoá thị thành
Hồn xưa vẫn thấm ngọt lành sang tôi

NGHIÊNG NGHIÊNG NỖI NHỚ

Bây giờ thì đã xa nhau
Anh đi để mối tình đầu mãi xanh
Thương ơi ! ...Đêm giấc không thành
Thu tàn vò võ thức canh đêm tàn

Em nằm đếm với thời gian
Anh xa biền biệt lỡ làng duyên nhau
Mỗi ngày ngóng trước trông sau
Cách ngăn lên lối sầu đau em buồn

Ngoài trời mưa chẳng ngừng tuôn
Giăng lên phố núi dỗi hờn ngày xa
Anh ơi ...Đà Lạt rực hoa
Thương con dốc nhỏ sương sa em chờ

BIỂN MƠ

Mơ cùng anh giữa biển xanh
Sóng xô lấp dấu chân thành làng quê
Bồng bềnh con sóng đang đi
Mặn đêm nay khát trời khuya trăng mòn...

Đêm nay gió trực đầu non
Mà nghe lặng tiếng vẫn còn xôn xao ...
Tan trong ánh bạc dạt dào
Mênh mang ơi biển vì sao vơi đầy ...

Khát nhau biển hát chiều nay
 Đang thao thức nhớ về ngày xa xưa
Bức tranh em họa biển mưa
Cọ dừng thiếu nét lạ chưa anh cười...

Tìm trong hoa sóng cũng tươi
Nhìn ra thiếu nét cọ lười đang trôi
Hành trang mang suốt cuộc đời
Lẫn trong nỗi nhớ , sóng thôi xa bờ ...!

Tỉnh ra một chuyến thuyền mơ
Mang về từ biển bao giờ lãng quên
Lời trăng , gió đặt thành tên
 Biển chiều rơi chậm loang mềm giấc em ...

CHIẾC ÁO MẸ ĐAN

Con mặc màu áo len xanh lá
Lệ lăn dài trên má không thôi
Cuối thu mẹ tặng áo rồi
Dạy con chỉ tại con lười không đan

Mùa đông chớm giữa mùa sương lạnh
 Mỗi chiều về lòng chạnh nhớ nhung
Mẹ giờ xa cách muôn trùng
Khoác lên áo ấm ngày đông mẹ chìu

Nay khuất bóng buồn thiu nhà cửa
Tìm đâu ra mẹ nữa hôm nay
Con đi dẫu trọn kiếp này
Vì con kiệt sức , mới hay ... giận mình

Nay mang áo quẩn quanh ân hận
Ấm ngày về lạnh tận tim con
Đông này gió nổi từng cơn
Tìm trong hơi ấm mẹ ôm ngày nào !

Phụ bản 2

MỘT THỜI ĐÃ XA

Thấy các em ùa ra từ lớp học
Bao chàng trai ngơ ngác đứng vây quanh
Tôi ngoảnh lại thoáng nhìn là thấy cả
Phong thư tình len lén giấu gởi nhanh

Ai ngày ấy tương tư đều thế cả
Vụng về yêu một thuở tuổi học trò
Cánh phượng tim dấu còn hằn trên vở
Tiếng trống trường giục giã cả trong mơ

Bao nhiêu bạn ra đi không trở lại
Mỗi khoá em tôi lũ lượt ra trường
Kỷ niệm cũ lưu mãi thời thơ dại
Tôi tìm về một thuở vấn vương

Nên cứ mỗi chiều tan lớp học
Nhìn các em đang thủ thỉ hẹn hò
Thoáng một chút ngạc nhiên tôi bắt gặp
Bạn một thời cũng ngơ ngác dưới mưa

Hàng khuynh diệp vẫn xanh mùa hẹn ước
Những cội mai lưu dấu tuổi học trò
Hoa phượng tím lung linh thời tuổi ngọc
Bỗng tràn về bao nỗi nhớ vu vơ ..,
Tôi lặng lẽ bên trường xưa lớp cũ
Mãi đi về tìm một thuở thầy cô...

XUÂN ĐỢI

Nắng ấm mùa về lặng lẽ
Đông còn rét nhẹ đất trời
Giấc xuân chạm tôi thật khẽ
Mơ màng nắng mặt hồ trôi

Lại nhớ thêm mùa xuân nữa
Anh xa lỡ hẹn mấy lần
Em tím những ngày mong đợi
Anh về thôi nhé cùng xuân ...

Mùa này đang thơm mùi nắng
Phố phường như mới làm duyên
Dịu ngọt dưới mưa thầm lặng
Yên bình gió cũng ngủ quên

Hồn xuân anh ơi đẹp quá
Xa nhau giấc ngủ chẳng thành
Phố núi bây giờ đang thức
Xanh hoài một nỗi nhớ anh

Số 30

NỖI NHỚ MÙA XUÂN

Bóng hình anh trong nắng chiều nay
Xuân mang hơi ấm lại căng đầy
Hoa cứ vô tình trôi lặng lẽ
Đêm về thao thức giấc nồng say

Phố núi đêm xuân sao khó ngủ
Gió cũng lơ là xua mây bay
Xuân đã ươm thơm mùi hương mới
Chợt nghe thương nhớ cứ dâng đầy ...

Thơ thẩn chiều xuân bên bóng núi
Bóng em nhỏ bé với vai gầy
Mùa trôi chờ đợi người xa vắng
Từng giấc mơ màng anh quanh đây

RĂNG KHỂNH

Nhìn anh leo con dốc
Tươi lên trong nắng chiều
Vẽ vào ngày Đà Lạt
Trọn một mùa thương yêu

Chọc em kìa răng khểnh
Hút hồn anh mất thôi
Ngồi nghe lời cây hát
Nhớ về anh rối bời

Anh bảo tươi như nắng
Một vùng trời tây nguyên
Ôi kìa ...Chiếc răng khểnh
Nhìn em thật là duyên

Anh ơi anh có nhớ
Ngày ấy phải xa anh
Em cười trong nước mắt
Phút chia ly sao đành
Anh ơi chiếc răng khểnh
Hết cười khi vắng anh

CHƯA TẮT NỤ CƯỜI

Nhìn ai cũng thấy em cười
Khi buồn không để mấy người biết đâu
Ngày đau em giấu thật lâu
Đàn bao nhiêu những cung sầu em mang

Gởi theo gió cuốn mây ngàn
Nụ cười hoá giải từng trang sự đời
Buồn tan trong mỗi nụ cười
Mặc khi sóng gió tơi bời nổi lên

Cười cho biển lặng trời yên
Dịu cơn nóng giận, say mềm người ta
Mùa nào dệt cũng đơm hoa
Nhốt buồn trong ngực cho ta mỉm cười

Ngăn dòng lệ mặn đầu môi
Mang niềm vui đến cho người xung quanh
Trăng tròn nào cũng tròn vành
Sáng đêm em sẽ kết thành lời yêu

Nên em buồn ít vui nhiều
Nụ cười không tắt bao điều chở che
Dòng đời xô đẩy anh nghe
Cười cho trọn vẹn ngày về bên nhau

NGUYỆN CẦU

Gió ru hồn đông tê tái buốt
Em lang thang trên dãy phố dài
Lạc lõng giữa người , người qua lại
Nghe tiếng lòng , chuông nguyện tìm ai ...

Em đi ướt sương đêm rong ruổi
Trong tay anh mơ tựa bờ vai
 Hay lại giống mùa đông năm trước
Chuông đã ngân còn ngóng anh hoài

Phố cũ bao bước chân không nhớ
Lang thang từng độ đợi chờ anh
Leo con dốc còn nghe gió thở
Thánh ca đêm , thảng thốt giật mình

Giáng sinh về thời gian lặng lẽ
Em mong trong khắc khoải đợi chờ
Gió buốt cuối mùa trên phố núi
Giữa thánh đường em sợ bơ vơ ...
Anh ơi ấm mùa đông năm cũ
Nguyện cầu anh về như trong mơ

MỘNG ƯỚC

Rồi có hôm nào mây xa xôi
Nu hôn theo gió quấn quýt người
Nụ hôn thầm đó thành hôn thiệt
Em yêu tôi rồi tôi yêu em !

Em mơ ước một trời mây lơ lửng
Gió theo mây đứng lại ở bên hồ
Anh mơ mộng vu vơ người viễn xứ
Nghe lưng chừng trong đó thoáng ưu tư !

Đường lên xứ hoa đào xa xôi quá
Mấy độ thu về vàng úa sắc thu phai
Và mộng ước sẽ tan thành bọt nước
Để anh buồn đếm bước những chiều rơi

S

MƯA ĐÀ LẠT

Đếm từng giọt mưa rơi
Buộc thời gian em đợi
Nụ cười héo trên môi
Biết bao giờ anh tới

Mưa rơi ngày lạnh ngắt
 Rớt vội làm ướt mi
Đừng gieo nhoè đôi mắt
Sợ ướt đường anh đi

Em một thời hiu hắt
Thôi những chiều chờ mong
Giọt mưa nào quay quắt
Chạm tim nhau nhói lòng

Giọt buồn về năm cũ
Ẩm phím đàn ngày xưa
Trời mưa thôi vần vũ
Giấu nhau vào trong mưa

Giọt vương vào thương nhớ
Đã khô dần môi em
Mong manh như sương thở
Biết bao giờ nguôi quên ?

Giọt ngày xưa mưa quen
Bên hiên nhà cỏ dại
Ngóng con đường anh lên
Mưa bây giờ thân ái

Ôi ! điểm vào mùa ngâu
Bao cuộc tình khờ dại
Ướt đẫm mùa không nhau
 Mưa giăng đầy ngang trái

SAO NỖI BUỒN BIẾT KHÓC

Có đoạn kết buồn như ngày hôm qua
Không còn thấy người ta đi qua phố
Không còn có ai ngồi bên khung cửa sổ
Hoàng hôn về tím cả chiều tà

Có đoạn kết buồn như nốt nhạc fa
Giáng hay thăng ? Cung trầm hay cung bổng ?
Chỉ biết mộng và mơ bên bờ xa vắng
Đâu phải nỗi buồn nào cũng chạm tới nỗi đau !

.Không chạm tới nỗi đau sao nỗi buồn biết khóc
Con bướm vàng bay trước ngõ nhà ai
Cơn gió vô tình không cho con bướm đậu
Em ở thị thành anh ở đâu ?

Có đoạn kết buồn ai đó chẳng tìm nhau
Con phố dài bởi vì ai không đợi
Vì không đợi nên chân anh mỏi
Chẳng biết vì đâu con dốc cứ dài ..

Phụ bản 3

HOÀI NIỆM

Rồi một hôm anh về Đà Lạt
Ôm đồi mơ và hẹn ở đồi thông
Nghe con suối Cam Ly ca bài ca hờn dỗi
Một điệp khúc buồn như than thở cho ai ?

Phố Hoà Bình đôi tình nhân đi dạo
Chợ Đêm buồn ai đó đợi chờ ai
Anh chỉ yêu một mình Đà Lạt
Để đêm về mơ mộng với trăng sao

Có lẽ anh không duyên gì Đà Lạt
Mơ mộng gởi trên đèo Mimosa
Anh biết anh chỉ là lữ thứ
Mỗi bước đường là mỗi bước xa

Anh biết vì sao anh gởi hôn cho gió
Gió dật dờ như trêu kẻ ngu ngơ
Thôi , giã biệt tiếng chuông buồn Đà Lạt
Trúc Lâm não nể Thiền Viện mịt mù xa !

CHƠI VƠI NỖI NHỚ

Ta biết rằng môi em thơm ngọt
Vì tình yêu không nhấm cũng say nồng
Siết chặt vòng tay cho nỗi buồn đi mất
Em vĩnh hằng trong nỗi nhớ hôm nay !

Ta chưa ôm em trong vòng tay
Chưa biết khi ôm em ngày có dài không nữa
Và khi ấy con tim có còn hứa
Chúng mình yêu là không còn xa nhau

Em đi về rồi ta ghét buổi hôm nao
Trời xứ lạnh vui buồn như thay áo
Và yêu ghét như trò chơi game ảo
Em đi rồi mộng và mơ chơi vơi ...

CHỦ NHẬT BUỒN

Ta gởi cho em một nụ hôn nồng
 Em không nhận vì niêm phong không chặt
Đà Lạt lạnh nên bờ môi em nhạt
Cánh chim chiều phiêu bạt vội bay đi

Ta gởi cho em một nụ hôn lì
Như mắt em ngày đi không nói
Chiều thứ bảy em đi đâu mà vội
Chủ nhật buồn chỉ có một mình ta

Gởi em rồi nên phải vội xa
Bởi vì em là con gái
Em ngoan ngoãn thương anh hoài em nhé
Bởi vì thơ nên giọng cứ ơ hờ

NỤ HÔN THI SĨ

Em hãy về em nhé nụ hôn đau
Anh sẽ giữ cho em nồng hơi ấm
Trời lập đông nhưng tình em thì nóng
Vết thương lòng đừng khóc nữa nhé em

Em hãy về đi Đà Lạt không đêm
Quanh lối nhỏ cửa nhà ai đã khép
Tình em rộng nhưng tình đời lại hẹp
Luyến lưu gì khi Đà Lạt không yêu

Em về đi đâu chỉ những yêu kiều
Nụ hôn bé trước ánh chiều mờ nhạt
Nụ hôn ơi cầm đàn cho anh hát
Chia ly chiều Đà Lạt đã mù sương

Anh gọi điện gọi nụ hôn về đó
Nụ hôn ơi đứng đợi ở lưng đồi
Trời Đà Lạt lập đông rồi hôn nhé
Họ chẳng chờ chẳng đợi nụ hôn đâu

Em không về dẫu Đà Lạt không thương
Em vẫn ở nụ hôn thầm yêu gió

NỖi LÒNG MÙA XUÂN

Em ơi mùa xuân chín trên đồi Đà Lạt
Mà sao em không thích nụ hôn màu
Hoa hồng biếc nhuỵ hoa vàng nụ
Nửa mong chờ còn chúm chím cành thương

Em ơi trên đồi mây trắng còn vương
Đồi mơ mộng em bước từng bước nhớ
Lối nhỏ vào lòng em chưa mở cửa
Anh đứng chờ bên thềm nhỏ tìm em

Em ơi mùa xuân chưa qua còn ở lại
Đôi mắt hồn nhiên lấp lánh sao đêm
Anh chợt thấy môi em cười thánh thiện
Ngủ nhành mơ chiều phố núi êm đềm

Mai anh đi rồi em có biết không
Trời Đà Lạt níu lòng anh thương nhớ

MỤC LỤC

TỰA 5
THƯƠNG NHỚ NGƯỜI DƯNG 7
TỰ TÌNH 9
ĐOẠN KẾT BUỒN 11
LÁ THU 13
NỤ HÔN GỞI GIÓ 14
GIẤC THU 15
HÔN THẦM 17
NHƯ ĐÃ DẤU YÊU 19
GHEN 21
NHỚ MỘT MÙA THU 23
 Phụ bản 1 / 25
DƯỚI MƯA 26
 NHỚ ANH ĐÊM MƯA 28
MÙA LÁ 29
THU VỀ RỒI ĐÓ ANH 31
ANH VỀ CÓ KỊP MÙA ĐÔNG 33
CHO MỘT NGƯỜI 35
NẾU NHƯ ĐÀ LẠT 36
MÙA ĐÔNG VỀ PHỐ NÚI 38
MÙA HOA ANH ĐÀO 40
BÊN ANH ĐATANLA 42
 HỒ THAN THỞ 43
THUNG LŨNG TÌNH YÊU 44

HỒN QUÊ TÔI 46
NGHIÊNG NGHIÊNG NỖI NHỚ 48
BIỂN MƠ 49
CHIẾC ÁO MẸ ĐAN 51
Phụ bản 2/ 53
MỘT THỜI ĐÃ XA 54
XUÂN ĐỢI 56
NỖI NHỚ MÙA XUÂN 58
RĂNG KHỂNH 59
CHƯA TẮT NỤ CƯỜI 61
NGUYỆN CẦU 63
MỘNG ƯỚC 65
MƯA ĐÀ LẠT 66
SAO NỖI BUỒN BIẾT KHÓC 68
Phụ bản 3 / 69
HOÀI NIỆM 70
CHƠI VƠI NỖI NHỚ 72
CHỦ NHẬT BUỒN 73
NỤ HÔN THI SĨ 74
NỖi LÒNG MÙA XUÂN 76